અંતરનો

સ્વની ખોજ

(કાવ્ય-સંગ્રહ)

ગ્રીષ્મા પંડ્યા

નિર્મોહી પ્રકાશન

મહેસાણા, ગુજરાત

9624244390, nirmohimagazine@gmail.com

સ્મરણાંજલિ

સ્વ.ને સ્મરણાંજલિ

સ્વ.ગિરીશભાઈ દેસાઈ - પિતાશ્રી

સ્વ. નીતિન પંડ્યા - મારા 'એ'

સ્વ. ઠાકોરલાલ પંડ્યા - મારા સસરાજી

સ્વ.સુશીલાબેન પંડ્યા - મારા સાસુમા

સ્વ. સુનિતા પંડ્યા - મારા દેરાણી

સ્વ. દીપ્તિબેન - મારા નણંદ

આ સૌને મારા સ્મરણ સાથે વંદન.

• અંતરનો નાદ – સ્વની ખોજ

• કૉપિરાઇટ ૨૦૨૩ © ગ્રીષ્મા પંડ્યા

• અંતરનો નાદ – સ્વની ખોજ

• ગ્રીષ્મા પંડ્યા

• કિંમત – 210 /-

• પ્રકાશન

નિર્મોહી પ્રકાશન

મહેસાણા, ગુજરાત.

મો. નં. – 9624244390

ઇમેલ આઇડી – nirmohimagazine@gmail.com

હૃદયની ઉર્મિઓ

સર્વ વાચક મિત્રોને મારા સાદર પ્રણામ. મારી નાનકડી ઓળખાણ આપું તો હું ગ્રીષ્મા નીતિન પંડ્યા. નીતિન પંડ્યા શ્રી વિદ્યાનગર હાયર સેકન્ડરી સ્કૂલ, ઉસ્માનપુરા અમદાવાદ માં શિક્ષક હતા. મારા પિતાશ્રી ગિરીશભાઈ દેસાઈ, એચ કે પીટીસી ટ્રેનિંગ કોલેજમાં ગુજરાતીના પ્રાધ્યાપક હતા. મમ્મી હેમુ પણ શિક્ષિકા. નાની બેન ડોક્ટર સ્નેહા. મારા બાળકો બંને વિદેશ. દીકરી જમાઈ એ મૌલી-કરણ અને પુત્ર પુત્રવધુ પાર્થ-મંજુષા. દીકરીની નાનકડી દીકરી પરિધિ. પોત પોતાના ક્ષેત્રમાં બધા પારંગત. જવાબદારી ધીમે ધીમે ઓછી થતી ગઈ અને મને ગમતી પ્રવૃત્તિ માટે એક નાનકડી બારી ખુલતી ગઈ. શોખ સાથેની પ્રવૃત્તિનો આનંદ અનેરો હોય છે. પહેલા વાંચન અને પછી લખવા તરફ મન ઢળ્યું. લખતી ગઈ અને મારી રચનાઓ રચતી ગઈ. લોકોને પસંદ પણ પડવા લાગી તો તે તરફ વધુ પ્રયાણ કરતી ગઈ. મારી પુસ્તિકા અનુભૂતિ, અવિરત બંનેનું મેં વિમોચન કર્યું. ખૂબ જ મોટો પ્રતિસાદ સાંપડ્યો.

અને પછી મેં અચાનક નામની નવલિકા પણ લખી. હવે આ 'અંતરનો નાદ' કાવ્યસંગ્રહ પુસ્તિકા રુપે આપ સર્વ સમક્ષ રજુ કરતા મને અનહદ આનંદ અને ગર્વ થાય છે.

હવે 'અંતરનો નાદ – સ્વની ખોજ' વિશે કંઈક કહું તો,

અંતરનો નાદ એ મારો કાવ્યસંગ્રહ છે. તેમાં ક્યારેક મારા મનને વાચા આપી તો ક્યારેક ઉંચેરા પહાડને અને ગગનને વાચા આપી. ક્યારેક જીવનના પડાવને વાચા આપી તો ક્યારેક સ્મૃતિઓને આલેખી. કદી ગગનવિહારી વાદળ, તો કદી પુષ્પવાટિકાના પુષ્પો સાથે સંવાદ. ક્યારેક સમય અને સંજોગો સાથેનો નાતો જોડ્યો તો કદી સાગર સરિતાના વહેણ, કદી ઝરણા, કદી મેઘધનુષના રંગો. કદી રંગબીરંગી જિંદગી. કદી ઘણું બધું હોવા છતાં ડરની સાથે જીવવાની ઉત્તમ સમજણ. ક્યારેક એકલતા અને એકાંતના અર્થને ઉજાગર કર્યો. બંને વચ્ચેની ભિન્નતા જણાવી.

મારા આ કાવ્યસંગ્રહનું નામ અંતરનો નાદ એટલે જ યોગ્ય લાગ્યું કે જીવનની દરેક પળ વિભિન્નતા ભરી છે. તેને અનુલક્ષીને આપણા મનન મંથન ચિંતન પણ બદલાયા કરે છે. ક્યારેક અંતર વલોવાઈ જાય તો કદી અંતરના ઉંડાણમાંથી નોખો અનોખો આનંદ ઉત્સાહ પ્રજ્વલિત થાય. તેથી અંતરના ભાવને કળીને લખાતી આ બધી કવિતાઓનો વિષય પણ ભિન્ન ભિન્ન જ રહ્યો. અંતરમાંથી ઉદ્ભવેલી આ રચનાઓ એટલે અંતરનો નાદ! મારા અંતરના નાદને પ્રાધાન્ય આપીને નામ આપી દીધું અંતરનો નાદ.

શુભેચ્છકોની કલમે

ગ્રીષ્માબેને પોતાના જીવનમાં ઘટતી, ઘટેલી અને હૃદયમાં જકડાઈ ગયેલા પોતાના સ્વાનુભવોની ખરી લાગણીઓને સુંદર શબ્દોના તાણાવાણામાં ગોઠવીને આપણી સમક્ષ સુંદર કૃતિઓ રજૂ કરી છે. આ દ્વારા લેખિકાની સ્વાભાવિક સરળતા, સમજવૃતિ અને સ્વીકાર થકી ખેલદિલી પ્રગટ થાય છે. આ પહેલા પણ તેઓએ કૃતિઓ રજૂ કરી છે. તેમણે આપણને ચિંતનનું ઊંડાણ ઉપલબ્ધ કરાવ્યું છે. તેમને ખરા હૃદય પૂર્વકની શુભેચ્છાઓ. તેમજ સતત આગળ વધતા રહે અને અવનવી કૃતિઓ પુસ્તિકા સ્વરૂપે પ્રગટ કરતા રહે એ માટે એમની કર્મશીલતાને વંદન સહ શુભેચ્છા.

ધીરેનભાઈ જોષી

કહેવાય છે કે મોરના ઈંડાને ચીતરવા ન પડે અને એ કહેવત ગ્રીષ્મા બહેને યથાર્થ કરી બતાવી, પિતાશ્રી અને માતુશ્રીના પગલે ચાલીને અને નીતિન ભાઈ નો હાથ પકડી ને. તમે એમના કાવ્ય સંગ્રહનું શીર્ષક પણ જુઓ તો એમણે પોતાના અંતરનો નાદ એમના બધા કાવ્યોમાં ભરી દીધો છે. એમના જીવનના ઉતાર ચઢાવ, એમની ખુશી, એમનો કુદરત સાથેનો સંવાદ અને ધરાથી ગગન સુધીની એમની પહોંચ એમણે એમના કાવ્યોમાં ધરબી દીધી છે. એમનું એક કાવ્ય જે આપણને વિચારતા કરી મૂકે "ક્યાંથી લાવું"

આંખ નાની ને અશ્રુ મોટા
કેમ કરી ને થાશે ફોરાં?
જીભ નાની ને શબ્દો મોટા
કેમ કરી ને થાશે ખોટા?
આ અશ્રુઓ પણ જેટલા
મોટા એટલા જ ખોટા,
આ જીભ ભલે હોય
મુલાયમ પણ શબ્દો
નીકળે અશ્રુ જેટલા
જ ખોટા.

એમનું બીજુ કાવ્ય "ઝંખના" જેમાં એમણે પોતાના દિલની હૈયા વરાળ ઠાલવી છે.

x

જેની સાથે બાંધી પરભવની પ્રીત,
જે વણાઈ ગયો મારા શ્વાસમાં
અને નસેનસમાં એણે પણ
મધ દરિયે મને છેહ દીધી
અને એ દુઃખનો ડુંગર બની
મારી આંખોમાં રેલાઈ ગયો.

આ એમની એકલાની વાત નથી. આખા સમાજમાં આવી છેતરપિંડી ભગવાન કરાવે છે. એમના કાવ્ય સંગ્રહને અને એમને મારી શતાયુ ભવતિની શુભેચ્છા અને અભ્યર્થના.

ઘનશ્યામ વ્યાસ 'શ્યામ'

ગ્રીષ્મા પંડ્યા એટલે મારી દીદી. અમારા પિતાશ્રી ગિરીશભાઈ દેસાઈ ગુજરાતીના પ્રોફેસર હતા. બાળગીતો પણ લખતા. મારી દીદીએ પણ સાહિત્યની ઉંડી સમજ અને રસને લીધે પપ્પાનો વારસો જાળવ્યો એમ કહું તો જરાય અતિશયોક્તિ નથી. એના જ ફળ સ્વરૂપે તેણે તેના મૌલિક વિચારો, સંવેદનાઓ, તેના જીવનના અનેક ઉતાર ચઢાવને તેના પુસ્તક સ્વરૂપે વાચા આપી છે. જેમ કે અનુભૂતિમાં કાવ્યો અને ગઝલો તેમજ શાયરીઓનો ઉલ્લેખ છે, અવિરતમાં ટૂંકી વાર્તાઓ છે. ખૂબ જ સાહજિક લખાણ અને અલંકારિક ભાષા ને લીધે તેની ઘણી કૃતિઓ વાંચવાનું ગમે તેવું છે.

મેં પણ એમની ઘણી કૃતિઓ વાંચી છે. જેમ કે 'ઝંખના' એમાં એકલતાની વેદના દર્શાવી છે. 'પાનખર' કૃતિમાં તરુથી વિખુટા પડેલા પર્ણની વેદનાને વાચા આપી છે. એના દ્વારા સમાજને બોધ પણ આપ્યો કહેવાય. દરેક પોતાના માળામાં જ સુરક્ષિત છે અને તેમાં જ તેને પ્રેમ, હુંફ અને આત્મિયતા મળે છે. આમ દરેક કવિતાઓમા તેના અંતરનો નાદ છે. હું તો કોઈ લેખિકા નથી પણ એટલું જાણું છું કે જ્યારે તેનું પુસ્તક વાંચવાનું ચાલુ કરું ને ત્યારે પતે નહીં ત્યાં સુધી ઊભા થવું ના ગમે. એની આ લેખિકા તરીકેની સફરમાં પ્રભુ હંમેશા સાથ આપે અને ખૂબ ખૂબ આગળ વધે તેવી અંતરની શુભેચ્છા.

લિ.સ્નેહા શુક્લા

અનુક્રમાણિકા

અંતરનો નાદ

(સ્વની ખોજ)

1.

એક બીજ

ચાલો એક પુસ્તકનું બીજ હવે વાવીએ,
ને શબ્દોનું જળ એમાં સીંચીએ!

નાનાં મોટાં પુસ્તકોનાં ફળ ફુલ આવશે
ને વાચકો સૌ તેનો રસાસ્વાદ માણશે!

જ્ઞાનના ભંડાર સમું વૃક્ષ એક ફાલશે
ને દેશ અને દુનિયાની ખબર પણ લાવશે!

અક્ષર એ લાગણીનાં હૈયે ઊતરશે
ને નીત નવાં ગીતડાં હોઠો મલકાવશે!

કાગળને પેનના સંબંધ બંધાશે
ને ચિત્તાલય માં જ્યોતિના કળશ છલકાશે!

ઠેરઠેર ગદ્ય ને પદ્ય તણાં અલખ મંડાશે
ને શબ્દોની સરિતામાં સ્નાન પણ કરાશે!

હવે ડૂબીને તરવાનું શીખી જવાશે
હવે ડૂબીને તરવાનું શીખી જવાશે!

2.
ચોમાસું

ગગનવિહાર કરતી અપ્સરાની
જાણે રંગીન ભ્રમરની પેઠે......
એ અર્ધવલયાકાર એ મેઘધનુષ
આંખોમાં આખેઆખું
ચોમાસું લઈને આવે તો
એ વાદળની શું દશા?
મન મૂકીને વરસવા કંઈ
ક્યાંય જવું પડે છેટે.......

નારદની તો આદત છે
વ્યોમવિહારની પણ
પેલા ચાતકની મજબુરી તો
સમજ ! વરસાદી ટીપાંને
ચાંચમાં ઝીલવા ક્યાં સુધી
વિરહમાં ઝુરવા દેશો ?
ચાતકની મજબુરી આદત ના
બની જાય ક્યાંક
જરા તો જલ્દી જલ્દી વરસ !

3.

લાગણીનાં છટાછવાયા પૂર

એકલુંઅટુલુ એક થડ એકલતા માણતુ'તુ ત્યાં જ

એક લતા આવીને વીંટળાઈ ગઈ!

કોરી ધાકોર એક વરસાદી સાંજને

પેલી ભીની વાદલડી ભરખી ગઈ!

આંખોની પાંપણના કમાડ ઉઘડ્યા ને

દૂરસુદૂર જવા નજરને પાંખો ફૂટી ગઈ!

આભે પૂનમનો ચાંદ આજ આવી પૂગ્યો

ને પેલા તારલિયાની ઓથે ચાંદની શરમાઈ ગઈ!

મારા ગાલ ત્યારે શરમાઈ ગયાં કે

જ્યારે તારાં અધરોને કોઈ વાચા ફૂટી!

અંતરનો નાદ

દીકરીનાં માંડવા રોપાયાં ને
આંસુડાના તોરણ બંધાયા!

ફુલ ફૂટ્યાની એક મીઠી સવારે
કોયલના કંઠે ફોરમ ફોરતી ગઈ!

પર્વતોને પેલે પાર ઉડીને જોયું તો
હવા સાથેનો મીઠો સંબંધ પણ સ્પર્શ્યો!

કેમ કરી રોકું આ દિલનાં દરિયાને
હલેસાં માર્યા કર્યાં આ ધડકનોની ધાકને!

સોનેરી સોણલું હતું એક રાતનું
જાગીને જોયું તો કશું જ ક્યાંય ન હતું!

4.
આયખું

આમ જુઓ તો શું હતું, શું રહ્યું ને શું રહેવાનું!
જે છે એ પણ નથી રહેવાનું કે નથી ટકવાનું.
ક્ષણભંગુર આ દેહને મળ્યું આવરણ એક શ્વાસનું
કામ ના આવે એ પણ અંતે, હેમનું હેમ રહેવાનું.

તારું મારું કર્યું સઘળું, આપણું પણ કોને કહેવાનું?
ચિતારાએ ચીતર્યું એ તો માટીમાં જ ભળવાનુ.
મૌનના એ પડઘાં એ તો ખૂણેખાંચરે શોધું,
શાંત ચિત્તે મળે કદી તો દિલનાં ત્રાજવે તોલું.

ભવરણ માં ભટકીને સહુએ એમાં જ આળોટવાનું,
ભેખ ધરીને આયખું આમ સહજ જ જીવી જવાનું.
શું વાવીને શું લણ્યુ એ આસપાસ જોઈ વણવાનું,
લણી લણીને આપ્યું શું જગને એ જ તો વિચારવાનું

5.
પીળું પાન

આપણે પીળું પાન બનીને ખરી પડીએ, એના કરતાં
ચાલો થોડું ફરી લઈએ;

અંધારે ક્યાંક અથડાઈએ, એનાં કરતાં
ચાલો થોડું પુંજ પાથરી દઈએ;

માયાની આંધીમાં અટવાઈએ, એના કરતાં
ચાલો મંદ મંદ વાતી લહેરકી સાથે વિહરી લઈએ;

હૂંસાતૂસીના આ જંગલમાં હોમાઈ જઈએ, એના કરતાં
ચાલો જે મારું તે તારૂં ના નારા ગુંજવી દઈએ

બ્રહ્માંડમાં માંડ મળ્યું છે જીવન તો વ્યર્થ શાને કરીએ?
આ રુડાં રુપાળા જીવનને હવે તો માંણી લઈએ!

6.

બાકી તો

આ તો જરા ઉંમરનું હું માન રાખું છું
બાકી તો બસ હૈયે તારૂ જ નામ ઝંખું છું!

ભીની માટીની મહેક માં હું તારા જ શ્વાસ શોધું છું
બાકી તો બસ આ જીવનનૈયાને આમ જ હલેસું છું!

પ્રીતની આ રીતને હું ક્યાંથી સમજું કે જાણું?
લાગણીની આ જીતને બસ આમ જ વલોવી નાખું છું!

વરસાદી એ સાંજમાં તારા જ ભણકારા સાંભળું છું
બાકી તો બસ મૌસમનો આમ જ બદલાવ ઝંખું છું!

યાદીથી ભરપૂર જીંદગીમાં યાદ તને કર્યા કરું છું
બાકી તો બસ શ્વાસમાં ઉચ્છવાસ જ ભર્યા કરું છું!

7.

ઘટમાળ

અગાધ સાગરની ઊંડાઈ કિનારે ક્યાં કળાય છે ?
દિલમાં ઊગેલા ભેજને શબ્દોથી ક્યાં ગળાય છે ?

એટલા તો વાગ્યા છે બાણ હૈયે ,
છીદ્ર થયાં કેટલાંય ક્યાં કંઈ ચળાય છે?

દૂર નજર છે વેધક સવાલોની,
પડેલી આદત બધી ક્યાં કંઈ પળાય છે?

વાંકા રસ્તે પણ પગ સીધાં રાખીયે,
મંઝીલ છે પાસે પણ ક્યાં કંઈ ચલાય છે?

તસ્વીરમાં જડાયેલો એ અનરાધાર થાક એમાં
પીસાતી ફૂટાતી આ જીંદગી કેવી દળાય છે ?

ઘટમાળ આ તો છે જીવનની જીંદગી કેવી પીસાય છે?

8.

હાટડી

હૈયાની હાટડીમાં શ્વસુ છું તારું નામ,

નજરથી નજર મળી તો થઈ ગયાં રાધેશ્યામ!

એકબીજાની આંખનાં બન્યા છીએ અસવાર,

હરખની તો ધૂણી ધખાવી દીધાં અંતરનાં દાન!

આંખનું કાજળ ગાલે ઘસ્યુ, થયાં હાલ બેહાલ,

કેમ કરીને જાશે લાલી,આ તો ભીતર લાલગુલાલ!

પ્રેમધુન કેરી લાગી લગની, થઈ ગયાં અંતર્ધ્યાન

સૂઝે ના આ ભીની આંખે,ખુલ્યા છે દિલનાં દ્વાર!

રોજ સવારે ખુલ્લી આંખે ઝંખું તારાં જ દીદાર.

ઝંખું તારાં જ દીદાર!

9.
ફરિયાદ

ના કોઈ ફરિયાદ કરું છું,

બસ ફરી ફરીને તને યાદ કરું છું!

ખોબા જેવડા જીવનમાંથી

ભલે દરીયા જેવડું વન વેઠ્યું!

છતાં ના કોઈ...

ભરતી કેટલીય જોઈ લીધી

ને ઓટ પણ સહજ સમજી લીધી!

પમરાટ વહેંચતા પુષ્પો માંથી

ભલે કંટક સઘળાં છેદાઈ ગયા!

છતાં ના કોઈ...

મેઘધનુષ્ય ચીતર્યા છે પેલા

ગગન કેરાં ગોખમાં

કાળા ઘેરા વાદળોથી

ભલે સંતાય છે એ રંગો બધાં!

ગ્રીષ્મા પંડ્યા

છતાં ના કોઈ...

વીરડી સમજીને પાણી ઉલેચ્યા

તો વમળ પેદા થવા લાગ્યાં!

સામે કાંઠે ઝુકાવ્યું'તુ તરવા

ભલે ઊંડી ગર્તામાં ખોવાઈ ગયા!

છતાં ના કોઈ..

10.
ભારતમા સ્ત્રી

ભારતમાં રહેતી નારી,
છે બધાં ઉપર ભારી!
સમય સંજોગથી કદી ના ડરી
એવી ભારતમાં જન્મેલ નારી!

એ જાગે ને સવાર પડે
ને સુએ ત્યારે રાત,
રાતદિનની ભાગદોડમાં
થાય હાલ બેહાલ!

ઘરમાં હોય કે બહાર
રાખે એ સૌનું ધ્યાન!
સારા ખોટાં નું ભાન કરાવે
લાગણીઓને પેલે પાર!

સમય આવે ઢાલ બનીને
રાખે ઘરની લાજ!
તો લાજ કાઢીને વડીલોની
મર્યાદા રાખે,જાણે શિર પર તાજ!

ગ્રીષ્મા પંડ્યા

મકાનને એ ઘર બનાવે
હૈયું ઠાલવી જાણે!
પણ હૈયું તૂટે તો કાઢે મ્યાનમાંથી
તલવારે ઝાટકી તાણે!

દિલ ખોલીને કરે વાત
પણ ખુણો રાખી એક ખાલી
હૈયાનાં પ્રત્યેક સ્પંદને
વિહરી જાણે એ રાણી !

માં ભોમની વાત જ ન્યારી
આ તો છે ભારતમાં નારી
વળી કે વઢીને બીજ વાવે એ
આચારસંહિતા લાવી!

ઘરઘરમાં એ જ્યોત જલાવે
કુળદીપક સમ દીવડાં પ્રગટાવે
અડીખમ ઉભી એ નારી
જાણે એક ચટ્ટાન છે ભારી!

14

11.

હરખ

હૈયે હરખનાં તોરણ બંધાયા છેક દિલનાં તળિયે રે
મનના ખૂણે કારણ પૂછવા ચાલ હવે તો મળીએ રે

અંધકારે ઉજાસમાં પણ દીપ બની ઝળહળીએ રે
પૂનમ કેરી ભરતી ઘૂઘવે અમાસે દુખડા ગળીએ રે,

દરિયાનાં તો ઊંડા પાણી કાંઠેથી આપણે તરીએ રે,
મેઘધનુષી રંગો છાંટી ગમતાંનો ગુલાલ તો કરીએ રે,

ફુલની ફોરમ પંખ બનાવી વનવગડે જઈ ઊડીએ રે,
લખચોરાસી ફેરામાંથી કેમ કરીને છૂટીએ રે?

12.
કુદરતની લીલા

પવનની લહેરખીનો જરા જેટલો સ્પર્શ
મનવીણાના તારને ઝંઝોડી ગયો!
પુષ્પોની પાંદડીનો મઘમઘાટ
છેક અંતરના નાદને વલોવી ગયો!

પહાડોના ઝરણાંની જોઈ તાલબધ્ધતા
તરુવરની ડાળ બધી ઝુમતી ગઈ!
મોરપિચ્છ ઊડે જાણે નાચે છે તાલમાં
મેઘધનુષી રંગો કેવાં છાંટતી ગઈ!

ઉષા ને સંધ્યાની લાલી જળમાં સંતાણી
ટહુકાનો સૂર રેલાવે આંબે કોયલ રાણી!
દૂર ગગને ભાસે જાણે ક્ષિતિજે દરિયાપાણી
કુદરતની લીલાને આ તો કોઈ શક્યું ના જાણી!

13.
વાદળી

વિહરતી જતી વાદળી
આજે મારા પર જ વરસી ગઈ
કેમ કરીને રોકું એને ,
એ તો મારા પર જ ગર્જી ગઈ!

ક્યાંથી આવી, ક્યાં જવાની,
નથી મને કંઈ કહેતી ગઈ!
એવી તે કેવી મસ્તી સૂઝી કે
આમ જ તોફાન કરતી ગઈ!

સંતાકૂકડીની રમત માંડી ને
પોતે જ દાવ દેતી ગઈ!
સાવ અનોખી રીત રમીને
પોતે જ ખાલી થતી ગઈ!

ગ્રીષ્મા પંડ્યા

છેટી રહીને આભે તું તો
આવા દાવપેચ શીખવી ગઈ!
વંટોળ માનીને બેસી રહ્યા ને
તું તો સહજ સરકી ગઈ

14.
ક્યાંથી લાવું?

બુંદ બનીને આવું,ને ઝાકળ ચોરી લાવું

હૈયું વરસે અનરાધાર તો ભેજ ક્યાંથી લાવું?

ચાંદ બનીને આવું, શીતળતા ચોરી લાવું

તપ્ત બની છે ધરતી તો હું તેજ ક્યાંથી લાવું?

આંખ નાની ને અશ્રુ મોટાં,

કેમ કરીને થાશે ફોરાં?

જીભ નાની ને શબ્દો મોટા,

કેમ કરીને થાશે ખોટાં?

શૂન્ય બનીને આવું,અવકાશ ચોરી લાવું

નીરદ તો છેક વ્યોમે ઊડે તો નીર ક્યાંથી લાવું?

સ્વપ્ન બનીને આવું ને દિલને ચોરી લાવું

દિલથી દિલ ભલે મળ્યા પણ દિમાગ ક્યાંથી લાવું?

ગ્રીષ્મા પંડ્યા

નોખી માટીના માનવી નોખાં,

નોખી જાતને દિલ પણ નોખાં,

જાય દરિયાપાર અનોખાં,

ઊલેચી હલેસે ને થઈ જાય નોખાં!

15.

કુદરત

હે વરસાદ, તું વરસ
ઝરમર વરસ
કે સાંબેલાધાર વરસ
ખુલ્લેઆમ વરસ
કે મુશળધાર વરસ
બસ, મારી અશ્રુધારાને
છુપાવી શકાય એટલું વરસ!
માટીની આ કાયાને
નાવડીની લાગી તરસ
કેમ કરીને જાશે પાર
આ તો ક્ષણભંગુરની મમત
આરપાર પેલા પરપોટામાં
કાંકરીચાળાની રમત
વાદળ ઓથે ડુંગરા
આ તો છે કુદરતની ગમ્મત!

16.

પપ્પા

પપ્પા દ્વારા પડાવેલી પહેલી પા પા પગલી
હરણફાળ મંડાતી કેવી આજની મોટી ડગલી!
મુઠ્ઠી જેટલી આવક ને દરીયા જેટલું બિલ
ક્યાંથી લાવ્યાં હતાં ત્યારે તમે આટલું મોટું દિલ!

તકલીફોને દાટી દીધી પેલા ખુલ્લા મનના આંગણે
ક્યાંથી આવી એ મજબૂતી આંખના ભીના ખૂણે!
મારા ખભે કેમ શિશ ના મુક્યું? છું દીકરી જ તમારી
હું પણ વહેંચી શકું બોજ તમારો લૂંછીને આંખો તમારી!

સંસ્કાર સિંચન કર્યું અમારુ, બની રહ્યાં પથદર્શક
આજીવન આદર્શ બનીને જીવી ગયાં માર્ગદર્શક!
મુંઝારો થાય જ્યારે જીવનમાં શોધું મારા હે પથદર્શક!
યાદ ઘણેરી આવે આજે ક્યાં ગયા મારા એ માર્ગદર્શક!

17.
સંગાથ

કોઈ ચિંતા નથી જીવનમાં,
તું તો છે ને મારી સંગાથે!

જ્ઞાનપિપાસુ થાવા ધરા પર
જગત આખું ખુંદી વળ્યા
કંઈ કેટલાય ધામ પણ ફરી લીધા
કોઈ ના આવ્યું મારી સાથે
પણ તું તો છે ને મારી સંગાથે!

લેવા લહાવો ગંગાજળનો
સ્નાનસુતક બધાં વહોરી લીધાં
નતમસ્તક થઈ મૂર્તિમંત પણ થઈ ગયા
કેમેય કરીને ધ્યાન ન લાધે
પણ તું તો છે ને મારી સંગાથે!

18.

સમય

હા, સમયની રેતને સરતાં જોઈ છે મેં
જે આજ છે તે કાલ નથી તેની જાણ છે મને.

લીલૂડા પાન કાલે પીળા પડી જશે
પીળા થઇને કાલે ખરી પણ પડશે.

બધુ ઝાંઝવાના નીર સમ લાગે છે વામણું
પાનખરમાં વાસંતી વાયરાની યાદ બધી છે મને

હા, પૂનમ પછીની આમાસ બધી જોઈ છે મેં
તારો ખર્યા ની વાત યાદ આવે છે મને

અણધાર્યા જીવનમાં અંધકાર થઈ જશે
અંધારપટે બધે સૂનકાર છવાઈ જશે

વીત્યાં વર્ષો તોયે લાગે બધું બસ હાલનું
તિમિરે ઉજાસ તણો ભાર યાદ છે મને

જે આજ છે તે કાલ નથી તેની જાણ છે મને:

19.
લીલારાસ

તારાં હોવાપણાનો મને લાગે છે ભાસ,
આંખોમાં એવું કંઈક જાગે છે ખાસ.
આસપાસ રહી કદી છેતરીશ ના મને,
તને મળવાની લાગી છે એક આશ.
તારાં હોવાપણાનો..

હરખઘેલી થઈને હું તો જોતીતી વાટ,
વનવગડે જઈ શોધું તારી લીલા રાસ.
વાદળ ઘેરી આંખોથી ઝંખું તુજને દિનરાત,
આવું જ છું કહીને ના આવે તું આજ!
તારાં હોવાપણાનો..

મુજને શીદને સતાવે તું આમ,
ઓ કાન્હા શીદને સતાવે તું આમ,
વાંસળીના સૂર કેવા વાગે છે ઉરમાં
ને નયને નીંદર નથી તાણી મેં સોડમાં.
તારાં હોવાપણાનો..

20.

પ્રભુને

હૈયે હામ અને હોઠે તારુ નામ,
એટલું જ છે મને પ્રભુનું કામ!

અગમનિગમના આ ચક્કરમાં,
બસ તારા જ નામનું એક જ ધામ!

નેડો લાગ્યો છે તારો જીવનમાં,
રટુ છું તારુ નામ સ્મરણમાં!

આછા પાતળા એ લાગણીનાં બંધનમાં,
તારો જ સંબધ રહશે દરેક પળમાં!

આન્જ્યો છે ભેજ મેં તો ખુલ્લી આ આંખોમાં,
ભીતરે ભીંજાય કેવું હૈયું તારી યાદમાં!

ક્ષિતિજની ઓલીકોર પણ જાય નજર ક્ષણમાં,
સોનેરી ભાત ચિતરે દૂર-સુ-દૂર ગગનમાં!

હે ચિતારા,જાણી ગઈ છું આજ તને હું,
ચડતી કે પડતી માં તું જ રહ્યો સંગાથમાં,
તું જ રહ્યો સંગાથમાં,

21.
વિશ્વાસ

વિશ્વાસના શ્વાસનું વિશ્વ બહુ વિશાળ!
લઈને એક પાટીપેન મારે જાવું નિશાળ!
શિખવું છે વૃક્ષ પર કેમ ફુટે છે ડાળ?
કોના વિશ્વાસે પછી ફુટે છે પાન
પાનેપાન બની પછી ફૂલોની પાળ !

ધીરી આ ધરતીની કેમ ધીમી છે ચાલ
ઉત્તુંગ શિખરોય કેવા ઉંચા કમાલ
નતમસ્તકે વહે જાણે નદીના કેવા હાલ
જાય દૂર નજર જેની ના આજ હોય કે કાલ!
મોર બપૈયા મેના બોલે છોને હોય તાલબેતાલ!

અબોલ આ લીલા ખેતરમાં ઝુરે છે થડની છાલ
પંખ પસારી, ચાંચ મારીને ઝીલે છે આંસુડાં ગાલ!
થોથાપંડિતો ને બગભગતને સમજીને થઈ જા ઢાલ
ઓ ધરતી તું માડી સૌની જેથી કરે છે સૌને તું વ્હાલ!
જેથી કરે છે સૌને તું વ્હાલ!

22.

ડર

હું તો છું એક સ્મિત નો માણસ,
આંસુ નો તો મને લાગે છે ડર !
આછેરી ઠંડી હવા બહુ ગમે છે મને
પેલાં વંટોળિયા નો મને લાગે છે ડર!

આછેરો ઊજાસ બહુ ગમે છે મને
ઘોર અંધકારથી મને લાગે છે ડર!
લીલીછમ વનરાજી બહુ ગમે છે મને
પણ પાનખરનો મને લાગે છે ડર!

ઓટ છે માની બાંધી દીધું છે ઘર
હવે ભરતી નો મને બહુ લાગે છે ડર!
રણના ટીમ્બા માં બને રેતીના થર
એમાં ઉગે જો થોર એવો લાગે છે ડર!

બુલંદ અવાજે કહી દીધું બધું પહાડ પર
પાછા આવતાં પડઘાંનો મને લાગે છે ડર!
કેમ કરી જીવું હું તો ડરમાં ને ડરમાં
હવે તો ડરનો પણ મને બહુ લાગે છે ડર!

23.
એક વાત

છે તો વર્ષો પહેલાંની વાત,
આજે પણ છે મને યાદ!
હતો એ સરવર કિનારો
ને દૂર દેખાતો એ મિનારો!
વિશાળ વડનો છાંયો ને,

વડવાઈઓના કંઠે બાંધ્યો
એક રુપેરી ઝુલણો!
ઝૂલણા ઉપર ફુલવેલનો
આરુઢ થયેલો વેલો!
વેલામાથી ખરતો જાય
એ ફુલનો કેવો ઢગલો!

ઝુલા ઝુલતાં કેવો વાયો
ઠંડો મીઠો વાયરો!

ગ્રીષ્મા પંડ્યા

નશો ચઢ્યો'તો એક
હલકી સી નીંદરનો!
છટક્યો'તો વેલો કેવો
જકડેલા હાથનો

ઊંઘમાં જાણે માર્યો'તો ભૂસકો,
લાગી'તી લ્હાય જ્યારે
ટુટ્યો'તો ટાંટિયો!

24.
જિંદગીનો હિસાબ

આ જિંદગીના ચોપડામાં નીતનવા પાનાં લખાય છે,
બેહિસાબ એમાં હિસાબ મંડાય છે,

જીવંત કે મૃત એવા સંબંધોના ખાતા ખોલાય છે,
ખૂટી પડેલા સરવૈયાના તાળા ક્યાં મેળવાય છે ?
લખચોર્યાશી ફેરા આ તો કોઈથી ક્યાં કળાય છે!

આવન ને જાવન એ તો કુદરતની કમાલ છે,
લાગણીઓના બીજ બધાં ઊંડે સુધી ક્યાં વવાય છે?

સંબંધોના મોલ બધા આંસુડે સિંચાય છે!
કામ, ક્રોધ મોહ,એના કર્મોથી અંકાય છે!
પ્રીતિની એ રીત સદાયે જુદી રીતે પળાય છે !

25.

ઘર

તમે ઘર તો મોટું લઈ લીધું

પણ,દરેકે પોતાના રુમમાં

પોતપોતાનું ઘર બનાવી દીધું !

ભલે સાથે છો બધાં

પણ,મન તો નોખાં થઈ ગયાં

જાણે સૌ કે, પાંચ આંગળીઓ

ક્યાં સરખી છે ભાઈ,

પણ ભરવા મોટો કોળિયો

પાંચે આંગળીઓ સરખી કરવી પડે ભાઈ!

26.

ઝંખના

આટલા વર્ષે હજીયે ઝંખું એ જ સાગર કિનારો
સાથે ગાળેલો સમય અને એ જ તારો સથવારો
કેમ કરીને જાશે તુજ વિણ આખેઆખો જન્મારો
કોરી આંખે વાવ્યા મોતીડાં ને ઝાકળ ભીનો ક્યારો!

ભવેભવની બાંધી'તી પ્રીત ને મધદરિયે સાથ છોડ્યો
આવતા ભવે મળશું કહીને હાથ કેવો તરછોડ્યો
ભણકારા તો હજુયે વાગે જાણે આસપાસ ઓછાયો
કેમ કરીને ભુલુ તુજને આ શ્વાસમાં તું જ વણાયો!

છેતર્યા કર્યું આ પંડને જોને કેવો આ દેહ અટવાયો ?
સાનમાં સમજાવ્યું દિલને ને અંતરમાં દાહ કેવો લાગ્યો
દુ:ખના એ ડુંગરનો પુંજ કેવો છલક્યો
છલકી ને આંખો માં કેવો રેલાયો!

27.

મન ઝરુખો

ભીતરે ભીનાશ છે ને
હૈયું કોરું કટ
શાંત ઝરુખો છે
છતાંય લાગણી હકડેઠઠ

દિલ પડીકે છે ને
અંતરમાં હાહાકાર
આ તે કેવો અંતરનાદ કે
સીમાડાને બાંધ્યા તાર

જીવનનું મધ્યાંતર છે ને
શ્વાસનુ વ્યસન છૂટતું નથી
ઢીલુપોચુ હ્રદય પણ
હજી શ્વાસ લેવાનું ભૂલતું નથી!

28.
વેદના

નયનદ્વારને બંધ કરું તો યાદોનાં કમાડ ખુલ્લા થઈ જાય,
એ ખુલ્લા કમાડ માંથી આંસુના વહેણ કેવાં વહી જાય!

ભીતરે અંધકાર ઓઢીને અજવાળી એ રાતો રોતી જાય,
કેમેય ઉલેચુ સાગર જળને ખોબલે પાણી નીતરી જાય!

ક્ષિતિજે ઊભેલાં ભેખડોમાથી પડઘાં કેવાં ફરતાં જાય,
ડોકાતા એ વાદળનાં ભેજ કોરા મનને ભીંજવતા જાય!

સાવ સમીપે ભાસે કદી, તું મોરપિચ્છ સમું સ્પર્શી જા,
હળવાં હાથે સ્પર્શું ખુદને,હવે જરા તો સાનમાં સમજી જા!

29.

મન

નથી પગ કે નથી પંખ,તો પણ

ઉન્નત શિખરો સર કરવાનું

મન થઇ ગયું!

હવામાં ભળીને વાવાઝોડું આવે

એવું ઝાપટાં ભેર વરસવાનું

મન થઈ ગયું!

નથી કોઈ આરો કે ઓવારો,તો પણ

કિનારે તરવાનું

મન થઈ ગયું!

ટેકા વગર તો નભ છે ઊભું,તો પણ

કોઈને ટેકો આપવાનું

મન થઈ ગયું!

નથી માંડી મેં શબ્દોની રમત,તો પણ

અંતરનો નાદ

અગાધ એવા આ શબ્દોનાં સાગરમાંથી

મોતી વીણી લેવાનું

મન થઈ ગયું!

પગદંડી દીઠી ને વાટ પકડી ,તો પણ

બેરંગી આ રસ્તાઓ પર

મેઘધનુષી રંગોને છાંટી લેવાનું

મન થઈ ગયું!

30.
વિચારમાળા

મારામાં ઊગતી પાનખર હવે વર્તાય છે,
પણ અંદરખાને રહી ગયેલી વસંતનું શું??

કિનારાને ક્યાં જાણ છે સાગરની ગહેરાઈની?
કંઈ કેટલાય રાઝ છુપાવ્યા એણે સહેલાઈથી!!

કંઈ કેટલાય મીઠા જળને સમાવીને ઘૂઘવે,
પછી છો ને બધા ખારા જળની ટીકા કરે!!!

હા હું એક ખર્યું પાન છું!!
શેષ રહેલી જગાએ કૂંપળ ફુટવાની રાહમાં છું!!

જીવન તો છે એક ઉપવન સમું,
પરોઢના કોઈ મોતી સમાન,
ઝાકળબિંદુના જળ જેવું!!

હૈયું એવું ભરાયું, એવું ભરાયું!!!
કે આખ્ખેઆખ્ખુ મારામાં ખાલી થઈ જવાયું!!!!!

જે આંખોમાં મેં વૈશાખી વાયરા જોયાતા,
એ જ આંખોમાં આજે મેં આષાઢી બીજનાં અમીછાંટણા જોયા!!
એવું પણ ક્યારેક થાય કે આંખોમાં બારે મેઘ ખાંગા થાય અને,
હૈયાની હાટડીમાં થઈ જાય જળબંબાકાર!!!

31.
વ્હાલાં વિચારો

હા હા, મારાં વિચારો મને બહુ વ્હાલા છે!
અને હું પણ ખૂબ વ્હાલી મારા વિચારોને.
એકમેકનો સાથ કદિ ના છોડીએ આમેય અમે.

વિચારોએ કીધું બહુ વિચારીને એકવાર મને!
કે કદિ ના મુકું તને તો હું એકલી હવે.
નિંદર ભર્યા નયનોમાં સોણલાં સજી આવું કને,
તો ના સમજીશ કે છેટે રહીશ તારાથી હું હવે!

તારાં અસ્તિત્વથી ટેવાઈ ગઈ છું હું જોને!
તું જ શક્તિ છે મારી! ઝંખૂ છું સદા તુજને.
બંધ હોઠોની વચ્ચેથી વહીને તારે છે સદા મને,
વિચલિત મનના ઊંડાણે પણ સાથ છે તારો મને!

32.

વ્યથા

કથા બધી વ્યથાની જ છે.
એકલાં આવ્યાં, એકલાં જવાના,
વાત બધી એ બધાંની છે.
કથા બધી.

આયખું આખું જીવી જવાનું.
વાતે વાતે બસ સહી જવાનું.
ન ગમતા ને ગમતું કરીને,
હસતાં મોઢે બસ રડી લેવાનું.
કથા બધી.

તન થાક્યું પણ મનનું શું?
સદાય એતો ઊડતું રહેવાનું.
પંખ પસારી બસ ડૂબતું રહેવાનું.
બારીના આસમાની ટૂકડાંને,
આંખોમાં સમાવીને સ્મરી લેવાનું.
કથા બધી.

33.

શુભારંભ

આંખોમાં સજાવીને સપનાંનો સમારંભ

અને કરીએ જીવવાનો શુભારંભ!

અંધારાને ઉલેચીને કરીએ અજવાળાનો આરંભ

ઊઘડે જો નયનબારી તો થાય સઘળે શુભારંભ!

નિખાલસે જો હસી પડો તો થાય ખૂશીનો આરંભ

વાદળછાઈ આંખો સજાવી કરીએ સ્નેહનો શુભારંભ!

કલમમાં ધારદાર તલવારથી થાય ચેતનાનો આરંભ

છતાં હ્રદયમાં છલકે વ્હાલ અને વેદનાનો શુભારંભ!

34.
જીવનનૈયા

નથી કાંઈ ચિંતા કે ફિકરમાં,
આપણે તો આપણામાં જ રહેવાનાં.
ક્યાંથી આવ્યા, ક્યાં જવાનાં, ક્યાં ઠરીઠામ થવાનાં?
નથી કાંઈ..

લીલી આ વાડીને,બંગલા ને ગાડીને હંધુયે મૂકી જવાનાં
મારું માનીને ભેગું કીધું ને પછી મારાંને સોંપી જવાનાં
મારી જ ચોપાટમા ગોઠવ્યા છે ચોકઠાં, દઈ દાવ તાનમા.
નથી જાણ કાંઈ કે કોણ જીતવાના ને કોણ હારવાના?
નથી કાંઈ..

ભાવી ને ભૂતના ચક્કર મારીને, આજને ભૂલી જવાનાં?
ભૂલા પડીને ભૂલો જ કરીને કોની તે માફી માંગવાના?
ભૂલભૂલામણીના આ કાળચક્રમા ફરી પાછા આવવાનાં
આવીને પાછા એજ જીવનનૈયા ને હલેસે ઊલેચવાના!
નથી કાંઈ.

35.

તૃષ્ણા

છે તૃષ્ણા હજી બાકી જીવનમાં,
કંઈ કેટલાય અભરખા હજી બાકી જીવનમાં,
તારું મારું કર્યું ભલે પણ આપણું હજી બાકી જીવનમાં,
ગાનતાન બહુ ભલે કર્યા સાનભાન હજી બાકી જીવનમાં.

ગૂંગળાતા આ મનપંખીને હજી ઊડવાનું બાકી જીવનમાં,
વ્યોમે ઊડી પંખ પસારી કિલ્લોલવાનુ હજી બાકી જીવનમાં,
કેટલું ગયું કેટલું બાકી બસ ગણવાનું હજી બાકી જીવનમાં,
પાપ પૂણ્ય ના ચોપડે ચોખ્ખો હિસાબ હજી બાકી જીવનમાં.

ભૂલથીયે ભૂલ કરી તો ક્ષમા માંગવાની હજી બાકી જીવનમાં,
કઠિન આ રાહ પર કંટક પથરાશે ઘણાં આ બાકી જીવનમાં,
ગલીએ ગલીએ ફુલપંખને પાથરવાના હજી બાકી જીવનમાં,
છે તૃષ્ણા હજી બાકી જીવનમાં,છે તૃષ્ણા હજી બાકી જીવનમાં.

36.
એકલતાનો કારાવાસ

એવા તે કેવા ગુના કર્યા કે
એકલતાના કારાવાસમાં જઈને બેઠાં,
ના કોઈ ઓળખાણ કે પીછાણ,
એક પંખી આવ્યું મનનાં માળે,ને
જઈ બેઠું પેલાં ખુલ્લા દ્વારે

એવા તે કેવા જૂનાં થયાં કે
વેગળા ને વેગળા બસ થતાં જ ગયા,
ના કોઈ આરો કે ઓવારો,
એક નાવડુ આવ્યું જળનાં તળિયે,ને
જઈ બેઠું પેલાં પરપોટાને બારણે

એવા તે કેવા વાયરા વાયાં કે
વ્યોમે વાદળ પણ બસ તરસ્યા રહ્યા,
ના કોઈ ભેજ કે ભીનાશ,
એક આંસુ આવ્યું આંખ ના ખૂણે,ને
થઈ ગયું તરબતર માત્ર શ્વાસને કારણે!
શ્વાસને કારણે, શ્વાસને કારણે !

37.

પુષ્પ

પાંગરતા જ પમરાટ ઊડે એવા છીએ અમે પુષ્પો,

હલકીફુલકી પાંદડીથી રંગાઈ જઈએ અમે પુષ્પો,

મંદ મંદ મુસ્કાને લહેરખી હવાની થઈએ અમે પુષ્પો

વનવગડે જઈ પતંગિયાની સોડે લપાઈએ અમે પુષ્પો,

વાસંતી વાયરાની મોજ બની પાને પાનમાં અમે પુષ્પો.

આ તો બધી થઈ અંદરની વાતો પણ,

પાનખરે પણ ખરીએ અમે પુષ્પો,

પાનખરે પણ ખરીએ અમે પુષ્પો!

38.
વીણેલાં મોતી

આંખોમાં અંધકાર ઓઢીને
તિમિર તણી આ ધરતી પોઢી,
શાંત પેલા સાગરમાં જાણે
અચાનક કોઈ ભરતી દોડી!

તાપણે કોઈ તરણું બળે એમ
પ્રખર તાપમાં પ્રભાત ભળે,
મહેરામણ ના મધ્યે જાણે
જળ બિંદુઓ ટળવળે!

આંગણે આવીને ઊભું હતું
કોઈ પ્રારબ્ધનુ ટોળું ભલે,
ચિતારાએ ચિતર્યા એ જાણે
અગમનિગમના ઓરડા હવે!

39.
વીજળી

આકાશી વીજળી કેવી સોહાય

ભલે વીજળીની કોરમા લાગી છે લ્હાય!

કાળી ભમ્મર પેલી વાદળીની છાંય

ભલે છાંયાની માયામાં લાગી છે હાય!

ખુલ્લાં ગગનની બારી ડોકાય

ભલે ક્યાંક કોઈ વર્ષાની છાંટી છંટાય!

ખુલ્લી હથેલીમાં ટીપાં વર્તાય

ભલે વાયુ સુસવાટે આવી કાનમાં હરખાય!

દિલનાં દરિયામાં કેવાં મોજાં તણાય

ભલે આંખોના પલકારે અશ્રુ અંકાય!

પેલા મલ્હારી રાગ હવે કેવાં ગવાય

ભલે હૈયામાં ક્યાંક કોઈ અગન છવાય!

અંતરનો નાદ

કોકિલના કંઠ પછી છેક ફૂકવાય

ભલે દાદુરના સૂર ક્યાંક જળમાં ગંઠાય!

મયૂરના પીચ્છ કેવાં હરખે ફેલાય

ભલે કલગીની શોભામાં રંગો રેલાય!

અમથી અમથી રે કહું વાત છાનીમાની

હરખઘેલા મનડાંની વાત ન્યારી ન્યારી!

40.

પાનખર

તરુથી વિખૂટું પડેલું એક પર્ણ

પવનનાં હિંડોળે હિંચતુ'તુ એક પર્ણ

અહીંતહીં ઊડતું અથડાતુ

નથી એનો કોઈ ઉદ્દેશ કાંઈ

નથી એનો કોઈ આશય કાંઇ

આમતેમ બસ રઝળપાટ કરતું

એક દિ'નદીકિનારે જઈ ચડ્યું!

જોઈ તરુવરની હારમાળમા

પર્ણનુ મન વળ્યું વિષાદમાં

"એક દિ' હું પણ હતું બધાં પર્ણોની સંગમાં

એક દિ'હુ પણ હતું બધી ડાળીઓની સંગમાં

શોભા વધારતું ને ફરફર મહાલતુ

પુષ્પોની સંગ હું તો આમતેમ ડોલતું

ચકલી ને બુલબુલના બાળ પણ ચુમતુ

પાંખોના ફફડાટ ને ચાંચો ના ચહચહાટ

હજીયે મારા કર્ણોમાં ગુંજે છે કિલકિલાટ".

આમ ને આમ પર્ણ નું મન ચઢ્યું ચકડોળે

ત્યાં તો એક પંખી આવી ચઢ્યું એની સંગે

લઈ પર્ણ ને એની ચાંચ માં ને મૂક્યું એના માળામાં

ફરીથી જાણે એ ચઢ્યું છેક સ્વર્ગમાં

આનંદ ઉલ્લાસનો પાર ના રહ્યો એને

એ જ પૂર્વના દિવસો ફરીથી તાજાં થયાં જાણે!

એ જ પુષ્પ ને એજ પર્ણમિત્રો

એ જ એ જ ચકલી ને એ જ બુલબુલ

ચિરપરિચિત સૌની સંગાથે

"હવે જાળવીને રહેવું છે મારે"

પ્રાર્થી રહ્યું મનોમન પ્રભુને કે

ફરી કદી ના લાવીશ આ પાનખરને!!

ફરી કદી ના લાવીશ આ પાનખરને!!

41.
પ્રભુની વ્યથા

[પ્રભુ પોતાની વ્યથા કોને કહેવા જાય???]

હે માનવી, તું તો સાવ જ મને વિસરી ગયો
તું તો સાવ જ મને ભુલી ગયો!

ધર્મ અર્થના વાડા પાડી સમાજ આખો બની ગયો
નાત જાત ને ધર્મ અધર્મે
મને આમ જ વેગળો મૂકી દીધો!
તું તો મને ...

"આ તારું આ મારું" કહીને સાવ જ નોખો ગણી લીધો
હંમેશા મારું બાળક બનીને
કેમ ના મને મળી શક્યો?
તું તો મને ...

"કંઈ નથી કંઈ નથી"કહીને કાયમ મને છેતરતો રહ્યો

અંતરનો નાદ

વ્હારે આવ્યો હું સદાય તારી
તો પણ મને કેમ મૂકી દીધો ?
તું તો મને ...

દસ લાખનાં ચક્કરમાં તું સવા રૂપિયો મુકી ગયો
ચરણ પખાળી તું એક પળમાં
આવો બદલો કેમ વાળી ગયો ?
તું તો મને ...

સદા તારી પડખે રહેવાનાં વચનને હું નિભાવતો રહ્યો
ને તારી પડખે ની માયાજાળમાં
સદાયે તું અટવાતો રહ્યો!
તું તો મને...

કામ ક્રોધ ને,લોભ મોહ ને તેં તારા ગણ્યા જ્યારે
મુજ ગરીબની યાદ તને
પછી શાને કાજે આવે?
તું તો મને...

ગ્રીષ્મા પંડ્યા

છતાં હે માનવી, યાદ રાખજે

હંમેશા હું છું તારી સાથે,

હરતાં ફરતાં કે નીંદરમાં

બસ હંમેશા છું તારી સંગાથે

કર્મ -કુકર્મોમાથી સમય કાઢીને

કદીયે જો જુએ મારી સામે!

બસ જરા જેટલો સ્પર્શ મને કરી દેજે

શિશ પર બે ફુલ ચઢાવી દેજે

ગંગાજળ પધરાવી દેજે

એકાદ શ્લોક પણ બોલી દેજે

સાથે બે આંસુ યે ટપકાવી દેજે

બસ બે બુંદ સરકાવી દેજે

પડળ ખસી જશે સઘળાં તારાં

પછી સાવ ઢુકડો ભાળીશ મને પ્યારા !!

સાવ ઢુકડો ભાળીશ મારાં પ્યારા!!!!!!

42.

આવું જ છું હવે

બસ આવું જ છું હવે,

શબ્દોમાં થોડો શ્વાસ તો ભરી લેવા દે!

બસ આવું જ છું હવે,

મનના ઓરતાંને થોડા ભીંજાઈ જવા દે!

બસ આવું જ છું હવે,

પેલાં સપનાંઓને થોડાં સાકાર થવા દે!

બસ આવું જ છું હવે,

ઊધાર માંગેલી જીંદગીને થોડી જીવી લેવા દે!

બસ આવું જ છું હવે,

મધદરિયાની નાવ જરા કિનારે તો આવવા દે!

બસ આવું જ છું હવે,

આ અવકાશી એકલતાને થોડી ભીડમાં રમવા દે!

બસ આવું જ છું હવે,

પેલાં ધોમધખતા તાપમાં જરા છાંય ભેગી કરવા દે!

ગ્રીષ્મા પંડ્યા

બસ આવું જ છું હવે,

સંબંધોના તાણાવાણામાં થોડું વણાઈ જવા દે!

ખૂબ ગમશે ત્યારે, બધું પુરું થશે જ્યારે,

બસ એક વાર બધું કામ પુરુ થઈ જવા દે ને !

43.

બાળપણ

કોણ જાણે કેમ પણ,

બાળપણ મારું ખોવાઈ ગયું!

જવાબદારીઓના બોજ તળે!

ક્યાંક એ તો દટાઈ ગયું!

જગ આખામાં શોધું બધે!

ભુલે ચુકે જો મળે મને!!

કોણ જાણે!!

એ અલ્લડતા,એ નિર્દોષતા!

ખાલીપણાની એ જાહોજલાલી,

કંઈક મેળવી લીધાની હતી ઉજાણી!

નટખટ નાની એ હતી પજવણી!

કાલીઘેલી ભાષાની બોલી હતી કે વાણી!

બસ યાદ કરું હું તને તારી એ નાની કહાણી,

કોણ જાણે!!

નજરાણું સમજીને મળી જાય તું હવે!

તો કંઈ કેટલુંય સંભારણું દાનમાં દઉં તને!

સ્મરણોને પેલે પાર ખૂટ્યા છે શ્વાસ હવે!

બાળપણનાં ખેલ ચાલ કાનમાં કહું તને!

પછાડીને બોજાઓને સાનમાં સમજું હવે!

બસ ,આપી દઉં દાનમાં દાવ મારોય હું તને!

કોણ જાણે!!

44.
પ્રાર્થના

હે ઈશ્વર,
મરી પરવારી છે માનવતા!
માનવીને માનવ બનાવ.
શું આ જ છે તારો સંસાર?
શું આ જ છે તારો દરબાર?

નિતનવા ગુનેગાર ને
નિતનવા કત્લેઆમ!
રોજેરોજની ભાગદોડમાં
કંઈ હાથ ના આવે
આ શુષ્ક હોડમાં!

થોથાપંડિત ને ભગતની
આ દુનિયામાં સત્ય તો
ક્યારનું મરી પરવાર્યું!

ગ્રીષ્મા પંડ્યા

શમણાંને સાકાર કરવા
મથ્યા કરતું મન ક્યારનુંય
તારાં ધ્યાનથી વેગળું થઈ ગયું!

નિર્લેપતાના લપેડા ઊખડતા ગયાં ને,
મોહપાશમાં અટવાતો માનવી
કેટલાંય વર્ષોથી રડવડવા લાગ્યો!
અને ઈશ્વર, તું વેગળો રહી ગયો .
હવે તો,
જટા ખોલીને અમને છાંયા આપ,
તારી અદબ છોડીને અમને હૂંફ આપ,
તારી પલાંઠી છોડીને
તારાં પગલે પગલે ચલાવી,
સાચો માર્ગ બતાવ,
આંખો ખોલીને આશીર્વાદ નું ઝરણું વહાવ!
નહીં તો,
ત્રીજું નેત્ર ખોલીને જગસંહાર કર
અધકચરાયેલા આ જીવન કરતાં તો

અંતરનો નાદ

તારાં આ ત્રીજાં નેત્રની જ્વાળા જ શાતા આપશે

હે પ્રભુ,ઉગાર તારાં આ વિશ્વને

કે જેથી,

શ્વચ્છ શ્વાસ લઈ શકાય,

ફરીથી આદમ ઈવને ઊભાં કરીને

એક નવાં વિશ્વનું સર્જન કર

ફરીથી રામરાજ્યની સ્થાપના કરીને

સેવાવ્રતનો આરંભ કર

ફરીથી સતયુગ સ્થાપીને

તારાં અસ્તિત્વની જાણ કરી

પ્રભુ, માનવી તો માનવ મટી ગયો

પરંતુ તું તો ભગવાન છે જ ક્યારનો!!!

45.

હું ને તું

ક્યારેક એવું થાય કે મને તો તું બનવું છે.

પણ એવું ક્યાં કોઈ દિવસ થાય છે ?

એકબીજાનાં જેવું ક્યાં કંઈ બની જવાય છે?

તું તો તું છે ને હું તો હું છું એવું બસ ભુલી જવાય છે.

નામ મારું ને કામ તારું એવું તો ઘણી વાર થાય છે,

પણ તારા નામથી ક્યાં કદી જીતાય છે?

જ્યારે જીતે તું,એમાં મારી જીત પણ અનુભવાય છે.

તારો છે સથવારો સદા એમાં જ બધું કળાય છે!

હું તું માંથી આપણે બનીએ બસ એ જ મોટી વાત છે

તારું મારું નામ સજોડે એ પણ ક્યાં ખોટી વાત છે ?

રાત દિન નાં ભેદ નીરાળા એ વાત બધી સમજાય છે.

દીન થઈ ને મળતી નદી તો સાગરમાં જ સમાય છે!

46.

સોણલું

મારી પાંપણ પર પોઢ્યુ એક સોણલું મઝાનું

મધદરિયે મ્હાલુ શિખરો પણ ચૂમુ

સતરંગી એ પાંખોમાં મેઘધનુષ ચીતરું

ઝરણાં ને નદીનાં જળ મહીં હું તરુ

વ્યોમ પર વાદળના બુંદ થી હું રમું

તરણું થઈ જંગલમા સંતાતુ હું ફરું

પતંગિયાંના રંગે રંગાઈ જઈને ભમું

શંખ અને છીપલાં મહીં મોતીડાં તરસું

કાળી મેઘલી રાતે ચાંદલીયાને સ્પર્શું

ટમટમતા તારલિયાને હથેલીમાં પકડું

મોરલિયાના પીચ્છને હું આમ જરા જકડુ

ઉષાના કિરણોથી થયો પાંપણ પલકાર

અને જાય દોડી દૂર હતું સોણલું મઝાનું!

47.
હોળી

હોળી હોળી હોળી,
હોળી રંગોનો તહેવાર
હોળી ખુશીઓનો વ્યવહાર,
એકબીજાનાં રંગે રંગાવાનો છે વાર,

પ્રેમની એ રીત સદાયે છલકાતી એ ગાનમાં
વૃંદાવન ની રાસલીલામાં ઝુમે સૌ તાનમાં
ભગ્નહૃદયી લોકો પણ બધા સમજી જાય છે સાનમાં
મોરપિચ્છ બની સૌ ઊડે છે લીન રાધેશ્યામ માં

બસ યાદ કરી લે કેસૂડાંને રંગે પિચકારી સંગમાં,
ઉમંગે ડોલે છે ધરતી ફાગણ કેરા માસમાં,
કુંજ કુંજ કોકિલા બોલે વનરાવનની ડાળમા,

માખણ મેલ્યાં ગલીએ ગલીએ,
હવે આવી જા ને ઘાટમાં,
તાંદુલ પણ ભાવે ને માખણેય ભાવે,
આટલું અરજ કરું સમજી જા ને સાનમાં!
રંગાવા દે ઓ રંગારા મને તું આજ તારા રંગમાં!
સમજી જા ને સાનમાં!

48.

દિવાળી

આજે દિવાળી કાલે દિવાળી,
જ્યારે મળીએ ત્યારે દિવાળી!

દિલથી દિલને મળે દિવાળી,
ગઈ ગુજરીને ભૂલે દિવાળી!

આભેથી ઉતરી જાણે દિવાળી,
તારલિયા પૂરે છે રંગ દિવાળી!

હૈયામાં હરખનાં તોરણ દિવાળી,
દીવડાં ને સાથિયાની રોનક દિવાળી!

નયનોમાં લાગણીના પૂર છે દિવાળી,
હ્યૃદિયે રામ ને કરીએ કામ ,

તો રોજ દિવાળી,રોજ દિવાળી, રોજ દિવાળી!

49.
વિશ્વ

બંધ નયનોમાં વિશ્વ નિહાળું,
પલક ખૂલી તો બધું સંકેલાયુ!
જરા જેટલું પાણી મોતી બન્યું કે આંસુ?
એતો ઝીલનારાના કરકમળ માં જ કળાય!

નિહાળવાની આંખો બંધ છે કે ખૂલ્લી,
એ તો નજરભાવ કળ્યા પછી જ કળાય!
નૈસર્ગિક અનુભૂતિને સ્મૃતિપટ પર આંજી દીધી,
અંજનની સુરખી ને સુગંધ બનીને શ્વસી લીધી!

વિશ્વાસનું વિશ્વ શ્વાસમાં શ્વસી લીધું,
શ્વાસ ઉચ્છવાસ નાં પટાંગણમાં
જીવંત પુષ્પો ખીલી ઊઠ્યાં,
પુષ્પોની પાંદડીમાં પ્રાણ સીંચી લીધાં,

અંતરનો નાદ

પાંદડી નાં સ્પર્શથી ડાળીઓ વિંટળાઈ ગઈ,

ડાળીઓ થડની આશામાં ઝુલણા ઝુલતી નમી ગઈ,

થડની આશા મૂળ તો મૂળની આશા જળ,

ક્યાંય નથી છેવાડો તોય વાડાને બાંધ્યો છે પાળો!

શ્વાસ પછીનાં ઉચ્છવાસ માં પરમ આનંદ પાયો છે,

પરમ આનંદ એ જ અંત છે

અનુભૂતિ એ જ અંત છે

જીવન એ જ અંત તરફનું પ્રયાણ છે!

50.

શબ્દમોતી

કિનારાનાં જળને એની મર્યાદાની જાણ છે
જો કિનારાની બહાર જાય તો બધે હાહાકાર છે!

મનસાગરના મરજીવા બનીને,
શબ્દમોતી લાવ્યાં દરિયો ઉલેચીને!

ત્યારે ફુટે છે આ કોરા મનમાં થોડી કૂંપળો,
જ્યારે સ્મરણમાં અટવાય છે થોડી પળો!

ભેજ છે આંખોમાં ને ગગન ગોરંભે ચડ્યું,
વરસી ગઈ વાદળી તો મન ચકડોળે ચડ્યુ

લઈને પંખમા હવા થોડી
ને જાય નભે પેલા સપનાઓ દોડી!

અંતરનો નાદ

અટવાય છે હુંફ પેલા સીમેન્ટી જંગલમાં,

હાંફ ચઢે રેતી ને કપચીના ઢગલામાં!

ગાય દાદુર દુર પેલા સરવરની પાળે,

જાય છેક વ્યોમે પેલા પંખીને માળે!

આછેરા ઉજાસમાં વાયુ શીત ફરફરે,

દિલનાં અંધકારમાં તાપણું થઈ ખરે!

51.
કંઈક કરી તો જો

જરા દિલનો દરવાજો કદી ખોલી તો જો,
લાખ હોય ગુના તોય કબૂલી તો જો !

કેટલાય કંટક પથરાયા છે દરેક રાહ પર ,
પુષ્પોની પાંદડીને જરા પાથરી તો જો !

હા, કંઈ કેટલાય ઘા વાગ્યા છે હ્રદયમાં,
જરા લાગણીનો મલમ આમ લગાડી તો જો !

નભમાં તુટ્યો છે ભલે એક એક તારો,
એ તુટેલા તારા પાસે કંઈક માંગી તો જો!

ગઈ ગુજરી ભૂલી ને આજ માં જ જીવ્યા,
તોય આવનારી કાલને કંઈ પૂછી તો જો

ભીડમાં વસીને પણ એકલાં રહ્યા કદી,

હવે એકલતાની કોટડીમાં શ્વસી તો જો!

ઘોંઘાટના ઘમાસાણ યુધ્ધમાં અટવાયો અવાજ એક,

નીરવતા ની ઈમારત માં પડઘાં પાડી તો જો!

એક પછી એક દરેકને હૈયું તૂટ્યાં ની ફરિયાદ છે,

ભેજભીની હુંફ બનીને હૈયે હૈયું સાંધી તો જો !

52.
ડૂબતાં બચી ગયા

જીગરના તળિયાને આમ હલાવી કેમ ગયાં?
દિલનાં ઊંડાણ ને આમ વલોવી કેમ ગયાં?
ભીતરનાં વલોપાતે વમળો વધતાં ગયાં,
સ્થિર જળનાં એ કમળો આમ જ ઊગતાં ગયાં !

અંધકાર ભાસે છે જીગરના એક ટૂકડામાં,
અનાયાસે પ્રતિક્ષામાં તેજપુંજ લઈ ચિત્તમાં.
ચંદ્ર સાથે સોડમાં ને તારલિયા ની ઓથમાં,
કેવાં પ્રગાઢ ચુંબન છે એ વાદળોની ગોખમાં!

દરિયો તરીને શું કરું, પ્રેમ માં તો ડૂબવું ભલું,
એકાંતે ચિત્તલયમા મેઘ ખાંગા થઈ ગયાં
ડૂબવું કે તરવું એ તો છેક કિનારે કહી ગયાં,
સાવ ઝીણા ઝરમરે પણ ડૂબતા બચી ગયાં!

53.
ભાદરવો

મારી આંખમાં ભરપૂર વરસ્યો ભાદરવો,
ગાજવીજ સાથે બહુ ઉમટ્યો ભાદરવો,

આવ્યો એવો જાણે દિશાહીન વંટોળિયો,
લાવ્યો તરસ ભીની માટીની એ વીંઝણો,

લાગ્યો છેતરામણો ને વાગ્યો છે ભીતરે,
ઊની આંચ પર એ તો ધારદાર ચીતરે,

ધોધમાર વરસીને પણ જાણે ભડકે બળે,
એવી અગનપિછોડી લઈ તાપણે ઝળે ,

આવ નહીં આદર નહીં, છતાં આવીને મળે,???
કેમ કરીને કેડો તું મ્હેલે હવે,???
શીદને તોફાન આજ આવાં કરે ????

54.
એક કવિ

નક્કી કર્યું'તુ કંઈક એવું ત્યારે
જ્યારે મળ્યા'તા આમ જ એક રાતે
"જો હું પ્રથમ પ્રયાણ કરુ તો
બહુ શોક ન કરવો ઝાઝો તારે !
હું ને તું ક્યાં જુદા છીએ ?
એક થઈ જન્મારો જીવીએ,
સપનાઓ પણ સાથે જોઈએ"
એકબીજાનાં સપના પુરા કરવા
એકબીજાને કોલ દઈ દીધાં!

એવામાં,

એક રાત આવી કાળચોઘડીએ!
વાદળ ઘેરી આંખે એને આમ જ
જવા દઈને છેક મહાપ્રયાણે

અંતરનો નાદ

સપનાં પૂરાં કરવા હજી તો
અડધે પણ ના પહોંચ્યા અમે,
રાતદિવસની દડમજલે
આવી પહોંચ્યા બસ છેલ્લાં પગથિયે,
સપનું પૂરું હવે થયું આપણું ત્યારે કે
જ્યારે બિરુદ મળ્યું મને એક કવિ તરીકે!
જ્યારે બિરુદ મળ્યું મને એક કવિ તરીકે!

55.
વિચારપંખ

એકાંત સાથે કરો જો યારી
તો એકલતા કદી ના લાગે બહુ આકરી
અવની આ આખી છે તિમિર ભરી
તો તારલિયા ની સોડ લાગે બહુ પ્યારી

પર્વત પર મારી છે પીંછી એક રંગની
ફોરમ છે ફુલના એક એક અંગની
તુટે ના જોડ એ તો એક મેક સંગની
છો ને કસોટી છે એક એવા જંગની

પામર છે જીવ આ તો કોઇને કહેવાય નહીં
જોયું બધું મૌન બની કેમેય સહેવાય નહીં
સ્થિર આ જળ મહીં સઢ પણ લહેરાય નહીં
કાચી માટીનાં કોડિયાંથી કાયામાં રહેવાય નહીં

56.
વસંત

ઓ મારા વાસંતી વાયરા,
ધીમા વહોને આજ ધીમા વહો
ક્યાંક વ્હાલનાં વંટોળમાં
હું વીંટળાઈ નાં જાઉં!
પેલા કેસૂડાંના રંગે
રંગાઈ હું નાં જાઉં!

કેવાં મધુરાં ગાન આજ કોકિલા કરે!
મારા કાનમાં બંસીની ધૂન કાં બોલે!
દિલથી દિલ પુકારે ને મયૂર કેવાં નાચે!
ચિતડું મારું કેમેય ઝાલ્યું કાં ના રહે!
સુમન જેમ મહેકી ઉઠે કાં આ જગ રે!

મૌસમ બદલાઇ ને હૈયે ધરપત નથી
વણમાગ્યા મૂહુર્તથી ધડકન જંપતી નથી
અહીં અલ્લડ લટનો તો કોઈ વાંક જ નથી
આ તો વસંતના એંધાણા અવની પર છે અહી
પ્રકૃતિ આખી ડોલે છે રંગો મહીં!

57.
એપ્રિલ ફુલ

ચાલને આપણે એકબીજાને
એપ્રિલ ફુલ બનાવી દઈએ,
હુ પણ ખુશ છું, તું પણ ખુશ છે
એવું મન મનાવી લઈએ.
ચાલને...
દૂર દૂર પેલા ક્ષિતિજની પેલે પાર
થોડું ગગનવિહાર કરી લઈએ,
મરિચિકા પર નાવ દોડાવી
તરવા જેવું કંઇક તરી લઈએ.
ચાલને...
ક્ષણભંગુર આ દેહને
થોડોક તો સજાવી લઈએ,
દડબડ દડબડ ગાડું દોડાવી
જીવનને હંફાવી દઈએ.

ચાલને...

તણખલાં ને તુણી તુણી ને

માળો બનાવી દઈએ,

ઈંટોને એકઠી કરીને

નાનકડું ઘર બનાવી દઈએ.

ચાલને...

વીત્યું આયખું ઘરને

ઘર બનાવવામાં,

ચાલને હવે આપણે

થોડું ઘર-ઘર ખેલી લઈએ.

ચાલને..

58.

ઉપનયન

આંગણે આવ્યો છે એક
રૂડો અવસરિયો,
વામ કંધે બંધાશે પેલો
કાચા સૂતર નો કટકો.

ઉપનયન સંસ્કાર ઓઢીને
છાજે એવાં કામ કરીને,
રાખજે કુળની લાજ કહીને
આપશે આશિષ સૌ શિર ધરીને!

કુળ નો એ દીપક આજે
બનશે સાચો દીવડો,
ભણી ગણીને થાશે પંડિત
એ લાડકવાયો દીકરો.

59.
ઓળખાણ

એક દિવસની ઓળખાણ
ને મળી ગઈ ભવોભવની ખાણ!
એક દિવસની મુલાકાતમાં
મળી ગઈ આંખો ચાર!
બીજ વવાયા પ્રેમનાં
ને આખો આષાઢ મારી આંખમાં!
નાનકડાં દિલનાં ધબકાર વધ્યાં
ને બારે મેઘ ખાંગા થયાં!!!!

60.
સ્મૃતિ

થઈ દૂર મુજથી થયો કેમ તું આજે
નથી કાંઈ સૂઝતું સવારે ને સાંજે!

સ્મૃતિઓનો ભંડાર છે અહીં
જ્યાં કબાટ ખોલ્યું મેં મહીં!

જીદ કરીને આણેલા કપડાં બધાં રડે અહીં
સાથે કેમ ના લઈ ગયાં એમ કહીને જાય પડી!

સુગંધ તારી પ્રસરે છે ખૂણે ખાંચરે સંતાતી ફરી
આંખ મારી ત્યાં અટકી જ્યાં ભાસ તારો છે કદી!

બૂટ જૂના ટળવળે અહીંતહીં ફરવા મથી
ઘડિયાળ તારું માગતું જોવા સમય નવો અહીં!

કાંસકા ના વાળ તારાં હોવાપણાનો પૂરાવો નથી
પર્સ નાં સ્પર્શથી થયો રણકો સિક્કા થકી !

આબાદ રીતે તું થાય હવે બાદ બધે
કેમ કરીને ભુલુ તુજને તું યાદ આવે છે બધે

અંતરનો નાદ

ગ્રીષ્મા પંડ્યા

Milton Keynes UK
Ingram Content Group UK Ltd.
UKHW020819151123
432615UK00016B/645

9 798223 317159